எலிக் குஞ்சுகளும் படிநெல்லும்

ஸ்ரீ ரங்கராஜபுரம் **துளசி**

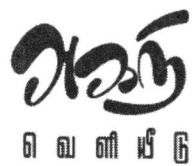

அகநி
வெளியீடு

வெளியீடு : 37
ISBN : 978-93-82810-04-9

எலிக் குஞ்சுகளும் படிநெல்லும்

தமிழன்னை இல்லம்,
குளக்கரைத் தெரு, ஸ்ரீரங்கராஜபுரம்,
நெல்லியாங்குளம் அஞ்சல்,வந்தவாசி - 604 405
பேச : 8754921751 / மின்னஞ்சல் : haikusrini@gmail.com

முதல் பதிப்பு : ஆகஸ்ட்-2013
இரண்டாம் பதிப்பு : டிசம்பர்-2019
பக்கம் : 64 / விலை : ரூ. 50 / ஒளியச்சு : மு.முருகேஷ்
வடிவமைப்பு : த.டேனியல்பிரபாகர்
அச்சாக்கம் : மணி ஆப்செட், சென்னை
வெளியீடு : அகநி வெளியீடு,
எண் : 3, பாடசாலை வீதி, அம்மையப்பட்டு,
வந்தவாசி - 604 408. / பேசி : 94443 60421
மின்னஞ்சல் : akaniveliyeedu@gmail.com

Elikkunjukalum Padi Nellum (Haiku Poems)

© Thulasi

First Edition : August -2013
Second Edition : Dec -2019 / Page : 64
Published by : Akani Veliyeedu, No : 3, Paadasalai Street,
Ammaiyappattu, Vandavasi - 604 408.
Cell : 94443 60421 / e-mail : akaniveliyeedu@gmail.com

Rs. 50/-

இந்நூல்...

தமிழன்னைக்கு

அன்பின் தமிழ் உணர்வுகள்

அ.ப.ஜ.அப்துல்கலாம் / முத்தமிழறிஞர் கலைஞர்
ஈரோடு தமிழன்பன் / முனைவர் சி.சைலேந்திரபாபு இ.கா.ப
சுஜாதா / மீரா / தாராபாரதி / கவிக்கோ அப்துல்ரகுமான் / வைரமுத்து
க.பஞ்சாங்கம் / மு.மேத்தா / த.பழமலை / அறிவுமதி / பழநிபாரதி
தினமணி ஆசிரியர் கி.வைத்தியநாதன் / பா.விஜய் / நா.முத்துகுமார்
யுகபாரதி / தாமரை / பாரதிராஜா / பாக்கியராஜ் / சீமான்
பி.சமுத்திரக்கனி / ராம் / மிஷ்கின் / பார்த்திபன் / சேரன் / லிங்குசாமி
பேரா.கு.ஞானசம்பந்தன் / பேரா.மித்ரா / மு.முருகேஷ்
அ.வெண்ணிலா / பல்லவி குமார் / ஆரிசன் / சீனு.தமிழ்மணி
நறுமுகை ஜெ.ரா / காவனூர் ந.சீனிவாசன் / இரா.ரவி / பொன்.குமார்
பா.உதயக்கண்ணன் / முனைவர் எம்.மாதவன் / இரா.பச்சியப்பன்
கன்னிக்கோயில் ராஜா / புதுவை தமிழ் நெஞ்சன் / செஞ்சி தமிழினியன்
கவிஞர் தமிழ்மதி / கவிஞர் மா.உதயகுமார், ஆவடி டி.எல்.சிவகுமார் /
அணைக்குடி சு.சம்பத் / வசீகரன் / சுப.சந்திரசேகரன்
கவிஞர் சரவணபவா / த.வே.யோகநாதன் / இளையபாரதி
தாய்ராசி.ஜெகதீஸ்வரன் / பேரா.ச.அன்பு / வெங்கிடேசன்மாரி
செந்தில்பாலா / அமுல்ராஜ் / ஜி.இளங்கோவன், து.ப.ஆசிரியர்
அ.ஜ.இஷாக் / கவிஞர் சக்தி / டேனியல்பிரபாகர்

நன்றி

தினமணி / இந்து தமிழ் திசை / தினத்தந்தி / தின மலர்
குமுதம் / ஆனந்த விகடன் / பாக்யா / கவி ஓவியா மின்மினி / தங்க ம
ங்கை / புதிய ஆசிரியன்
புதிய புத்தகம் பேசுது / சௌந்திர சுகன்

த.மு.எ.க.ச - வந்தவாசி / குறிஞ்சி மலர்
திண்ணை / மாடம் / சென்னை, புதுவை வானொலி
தாய் தொலைக்காட்சி

களிப்பூட்டவும்
கலவரப்படுத்தவும்
புறப்பட்டுள்ள கவிதைகள்

- கவிப்பேரருவி ஈரோடு தமிழன்பன்

ஹைகூ
வானத்தில் மற்றுமொரு
பறவை...
காக்கி நிறத்தில்
காலமெல்லாம் வாழும்
தமிழ்த்திறத்தில்
தாயின் பெயரைத் தனக்குக்
கவிப் பெயராக்கிக் கொண்ட
சீனிவாசன்
ஹைகூவில்
துளசி மணம் கமழ்கிறது.
இன்று இவர் கவியுலகில்
சின்னய்யா...
ஹைகூ காவலர்
மு. முருகேசு அன்பும் அரவணைப்பும்
இவரைப்
பெரிய அய்யாவாக
வளர்த்தெடுக்கும்.

'எலிக்குஞ்சுகளும்
படிநெல்லும்...' என்னும்
தலைப்பிலான -இத்
தலைச்சன் நூலில்
துளசியின் கவிதையுள்ளம்
சொற்களுக்குள்
கண்ணிமைத்து நம்மை அழைக்கின்றது.

'பொம்மைகள்
தூக்கிச் செல்லும் குழந்தைகள்
விற்பனைக்கு.'

இந்த ஹைகூ
எந்த ஹைகூ தொகுப்பிலும்
இடம் பெறலாம்.

கொத்தடிமைச் சமுதாயமே
இக்கவிதைக்குள் இருந்து
உரத்த மவுன ஆர்ப்பாட்டத்தை
நடத்துகிறது.

'பின்னிய வலை
தாங்கிக் கொண்டிருக்கிறது
இறந்த சிலந்தி.'

படிமமாய்ச் செறிவுற்ற
இந்த வலையில்
படிப்பவர் மனமும்
சிக்கிக் கொள்ளும்...

சிலந்தி வலையின்
செயற்பாடே ‘சிக்க வைப்பது’ தானே..?
இப்படிப்பட்ட இடங்களில்
துளசி மின்னலடித்து
நம் உள்ளம் கவர்கிறார்.
ஆங்காங்கே
சென்ரியூக்கள் புன்னகைக்கின்றன.
வாழ்க்கை முரண்கள்,
வினாத் தளங்கள்,
விசாரணைக் களங்கள்
களிப்பூட்ட மட்டுமல்;
கலவரப் படுத்தவும்தான்.

‘கையில் செல்லா நோட்டு
தவிக்கிறேன்
சிரிக்கிறார் காந்தி.’

துளசியின் அர்த்தச் செறிவுள்ள
சென்ரியூ.

காந்தியத்தையே
செல்லாக் காசாக்கிவிட்ட
நாட்டில்
துளசி கூடச் சேர்ந்து
படிப்பவர்களும் சேர்ந்து
தவிப்பவர்க் கூட்டத்தைப்
பெரிதாக்கிவிடப் பார்க்கிறோம்.
துளசி
வளர வாழ்த்துக்கள்.

26.05.2013 - ஈரோடு தமிழன்பன்

பச்சையம் மாறா கவிதை மனம்

முன்பனிக் காலத்தின் அதிகாலை வரப்போரமாய் நடக்கையில், புல்லின் நுனி சுமந்த பனித்துளிகள் உள்ளங்காலில் பட்டதும் லேசாய் உடல் சிலிர்க்குமே... கொளுத்தும் கோடையில் களத்துமேட்டில் கதிரடிக்கையில் வெயிலின் தகிப்பில் கால்கள் கொப்பளிக்க, வைக்கோல்போர் நிழலோரமாய் ஒதுங்கி நிற்க உடல் ஏக்கங்கொள்ளுமே... உழைப்பின் களைப்பில் வியர்வை பெருக்கும் தேகத்திற்கு காற்று வந்து மென்ஒத்தடங்களைத் தருகையில் ஆகா என்ன ஆனந்தமென்று மனம் குதூகலிக்குமே... அப்படியானதொரு வாழ்வின் பரவசத்தையும், வலி சுமந்த வாழ்வின் இருள் பக்கத்தையும் ஒரு சேர தரிசிக்கும் உன்னதமான அனுபவத்தை தரும் கவிதைகளே இம்மண்ணின் கவிதைகள் என்பேன்; என் மக்களுக்கான கவிதையும் இவைதான் என்பேன்.

வந்தவாசி வட்டத்திலுள்ள ஸ்ரீரங்கராஜபுரம் கிராமம் எங்கிருக்கிறதென்று கடந்த ஆறு ஆண்டுகளுக்கு முன்வரை எனக்குத் தெரியாது. செய்யாறு அறிஞர் அண்ணாகலைக் கல்லூரியின் இயற்பியல் துறை மாணவரான சீனிவாசன், தமிழ்த் துறையின் முத்தமிழ் விழாவில் கலந்து கொண்டதும், அந்த விழாவில் தமிழில் ஹைக்கூ கவிதைகளின் போக்குகள் பற்றி நான் பேசியதைக் கேட்டதும், அதுவரை சீனிவாசனின் அடி மனசிற்குள்ளேயே உறங்கிக் கிடந்த கவிஞன் முழுவேகத்தோடு வீறு கொண்டெழுந்ததும் தற்செயலாக நிகழ்ந்தாலும்... எப்படியோ தமிழ்க் கவியுலகுக்கு ஒரு நல்ல கவிஞனும், எனக்குப் பிடித்தமான கவித்தம்பி ஒருவனும் கிடைத்ததில் உள்ளூர மகிழ்ந்தேன்.

நான் பணி செய்துவரும் யுரேகா கல்வி இயக்கத்தில் சீனிவாசன் ஒன்றியக் கருத்தாளராக சேர்ந்த போதுதான், அவரின் கவிதை மனசை நெருக்கமாய் உணரவும், உள்வாங்கவும் எனக்கான சூழல் வாய்த்தது. மிகுந்த தயக்கமும், சற்றே விலகிப் போகிற கூச்சமும் கொண்ட சீனிவாசனின் குணம் இன்னும் நெருக்கமாய் அவரை என்னோடு இணைத்துக் கொள்ளத் தூண்டியது. எந்த ஒரு இலக்கிய நிகழ்வென்றாலும் சீனிவாசனுக்கென்று தனியே ஒரு அழைப்பிதழை எப்போதும் தந்துவிடுவேன். அதையெல்லாம் எதிர்பார்க்காத சக படைப்பாளனாய் - நிகழ்விற்கு முன்னதாகவே வந்திருந்து, விழா வேலைகளில் கூடுதலாய் ஒரு கைகொடுத்து நிற்கிற சீனிவாசனின் ஈரம் பிசுபிசுக்கும் உள்ளங்கைகளுக்குள் எப்போதும் எனக்குப் பிடித்தமான ஒரு மண்வாசனைக் கவிதையொன்றும் கட்டாயம் இருக்கும்.

பார்த்துப் பார்த்து ரசித்த, படித்துப் படித்து ருசித்த தம்பி சீனிவாசன், தன் தாயின் பெயரையே தனக்கான புனைப்பெயராக்கிக் கொண்டு, புத்தகம் போடுகிற அளவுக்கான கவிதையோடு வந்து எதிர்நிற்கையில் என் மனம் ஆனந்தத்தால் நிரம்பித் ததும்புகிறது. கண்கள் ஆனந்தக் கண்ணீரால் நனைகிறது.

''அய்யா... என்னோட கவிதைகளை நீங்க ஒரு புத்தகமா கொண்டு வரணும்...'' என்று தம்பி சீனிவாசன் சொன்னது, நேற்று சொன்னது போலுள்ளது. இதோ... என் மனசுக்குப் பிடித்த - நான் மிகவும் ரசித்த ஹைக்கூ கவிதைகளின் தொகுப்பாய் ''எலிக்குஞ்சுகளும் படிநெல்லும்'', ரசனைமிக்க மண்வாசம் கமழும் படைப்பாளனாய் கவிஞர் துளசி. நல்ல கவிதைகள் ஒரு நூலாக மலர்வதற்கு இப்போதுதான் காலம் கனிந்திருக்கிறது.

வாழ்க்கை எதை நமக்குத் தருகிறதோ, அதையேதான் கவிஞனும் திருப்பித் தருகிறான்... கவிதைகளாய். ஓடும் வாய்க்கால் நீரை இரு கைகளாலும் அள்ளி அதில் நம் முகம் பார்த்துக் கொள்ளும் ஒருவித பரவச அனுபவத்தைத் தருவதே அசலான கவிதைகள். கவித்தம்பி துளசியின் கவிதைகள் அள்ளி அள்ளிப் பருகத் தூண்டும் நம்மூர் குளத்து நீரைப் போல, நம் வீட்டு கிணற்று நீரைப் போல.

என் வாசலுக்கு வருகிற சிற்றிதழ்களை விரும்பி எடுத்துப் படிக்கிற பலரில், தம்பி துளசிக்கும் இடமுண்டு. அப்படித்தான் அவர் 'புதிய ஆசிரியன்' இதழுக்கு அறிமுகமானதும், அதில், அவரது கவிதைகள் இடம் பெற்றதும். இன்னும் பலப்பல இதழ்களுக்கு கவிதைகள் எழுதிய

துளசியின் கவிதைகளில் இயல்பாகவே அவரும், அவரது மண்ணும், மக்களும், வாழ்வியல் சூழலும் இடம் பிடித்தன.

எதையும் தேடியலையாமல் அவர் கைக்கு எட்டிய தூரத்திலேயே காய்த்துத் தொங்கும் கொடிகலிக்காச் சுளையைப் போல நின்ற இடத்திலேயே அவரால் பறித்துவிட முடிந்திருக்கிறது இந்த கவிதைகளை.

நம் பார்வைக்கு சாதாரணமாய் தெரியும் ஒரு காட்சி. துளசியின் ஹைக்கூ வரிகளில் புது காட்சியாய் விரிகிறது. ஒவ்வொரு வாசிப்பிலும் புதுப்புது அர்த்தங்களைத் தருகிறது.

'உயரத்தில் தேசியக்கொடி
காற்றின் திசை பார்க்கும்
நெல் தூற்றும் விவசாயி.'

விவசாய நாடென கொண்டாடப்படும் நம் இந்தியத் திருநாட்டில், இன்றைக்கு விவசாயத் தொழிலாளர்கள் தற்கொலை செய்துகொள்ளும் அவலத்தைப் பார்க்காமல் காற்றின் போக்கிலேயே பறக்கிற தேசியக்கொடியிடம், ''திரும்பிப் பார்...எம் உழைக்கும் மக்களை...'' என்று கட்டளையிடுவது போன்றதொரு சிந்தனையை எனக்குள் இந்த ஒற்றை ஹைக்கூ விதைத்தது.

என் நெஞ்சைக் கீறிய இன்னொரு ஹைக்கூ முத்து...

'அறுவடை முடிந்தும்
வீடு திரும்பவில்லை
வயற்காட்டுப் பொம்மை.'

இந்திய விவசாயிகளின் ஒட்டு மொத்த வாழ்க்கையையே இந்த ஒரு கவிதை படம்பிடித்து காட்டி விட்டதே. ''உழுதவன் கணக்குப் பார்த்தால் உழக்குக் கூட மிஞ்சாது...'' என்பார்கள். உண்மைதான்... அறுவடை முடிந்ததும் அவன் வாங்கிய கடனை, கடனுக்கான வட்டியை வாரிக் கொடுத்த பிறகு, அவனிடம் மிஞ்சி நிற்பது கோவணம் தவிர வேறென்ன...? செத்த பிணமாய் விவசாயி வீடு திரும்பும் அவலத்தை இக்கவிதை நெஞ்சு பதற சொல்கிறது.

'வளையல் ஓசையில் கிழிபடும்
படித்த காகிதங்கள்
முறமொழுகும் அம்மா.'

ஆகா...இந்த காட்சி எழுப்பும் சித்திரம் மனசில் அழியா ஓவியமாகிறது. கவிஞர் துளசியை கட்டித் தழுவிப் பாராட்டத் தோன்றுகிறது.

ஈச்ச மரத்தில் தொங்கும் குருவிக் கூடுகள், விடாத மழையிலும் செய்தி கேட்கும் கிராமத்துச் சிறுவன், இழவு வீட்டுக்கு வரும் சித்தப்பாவின் கைப்பை பார்த்து ஏமாறும் குழந்தை, கூரையைப் பிரித்து எட்டிப் பார்க்கும் பூசணி, புகார்ப் பெட்டியில் தைரியமாய் கூடு கட்டும் குளவி, மாலி சுற்றும் சிறுமியின் மின்மினிக் கனவுகள், வாழை மடலில் அமர்ந்த கிளியை தாலாட்டும் தென்றல், வெடிச் சத்தத்தில் பறக்கும் வெள்ளைக் காகிதமாய்க் கொக்குகள், குளத்தில் குளிக்கையில் கூச்சத்தை ஏற்படுத்தும் மீன்களென... யப்பப்பா... எத்தனை யெத்தனை கேமரா கிளிக்குகள். எப்படி இவ்வளவு காலமாய் நம் பார்வைக்குத் தெரியாமலே இருந்த இத்தனை அழகும் மொத்தமாய் கவிஞர் துளசியின் கவிதைக்குள் மட்டும் சின்னதாய்-செறிவாய்-அழகாய்ச் சிக்கிக் கொண்டிருக்கிறதே... என்கிற மெலிதான பொறாமையையும் கடந்து, மனம் கூடுதலான மகிழ்ச்சியில் குதூகலிக்கிறது.

எளிய வாழ்வின் இனிமையான காட்சிகளை எந்த பூச்சுமற்று எழுதியுள்ள கவிஞர் துளசியின் மிகப் பெரிய பலமே... குறைந்த சொற்களில், செறிவான அர்த்தத்தோடு நம் விழித்திரை முன் பெரிய சித்திரத்தை வரைந்து போவதே.

'எரிகிறது' இது ஹைக்கூவின் முதல்வரி.

இரண்டாவது வரி... 'சூளை'.

மனசும் கூடவே பற்றி எரிகிறது... கவிஞர் எதைச் சொல்ல வருகிறார்..? எதையெதையோ யோசிக்க, வேறுவேறு காட்சிகள்... வேறு வழியின்றி கவிஞரிடமே சரணடைகின்றோம்.

நெற்றிப் பொட்டில் அடித்ததுபோல் மூன்றாவது வரியை கவிஞர் துளசி எழுதியுள்ளார்.

'மண் மரணம்.'

மெல்ல அதிர்ந்துபோகிறது மனமும், உடலும்.

இந்த உலகத்திலுள்ள யாவையும் மனிதனுக்கு மட்டுமே உரியது என்கிற அகம்பாவத்தோடு மனிதன் இந்த உலகை வேட்டையாடி வருகிறான். காட்டையழித்தான். மரத்தை வெட்டினான். ஆற்றை

நாசப்படுத்தினான். மணலை அள்ளினான். பூமியின் அடியாழம்வரை சென்று ஆழ்துளையிட்டு நீரை உறிஞ்சினான். புகைக் கழிவுகளைக் காற்றில் கலந்தான். ஓசோன் ஓட்டையானது. புவி வெப்பமானது. பருவகால மாற்றங்கள் தப்பிப் போயின. மழை பொய்த்தது. ஆறு, ஏரி, குளம், குட்டைகள் வற்றிப் போயின. இதோ... ஒதுங்கவும் நிழலின்றி, வியர்த்துக் கொட்டக் கொட்ட, வறண்ட நாக்கிற்கு ஈரம் சேர்க்க, சில்லறைகள் பொறுக்கியெடுத்து, வாட்டர் பாக்கெட் ஒன்றை வாங்கி உறிஞ்சிக் குடித்துக்கொண்டிருக்கிற இந்த இருபத்தியோராம் நூற்றாண்டின் விந்தை மனிதனுக்குச் சொல்ல வேண்டிய ஏராளமான இயற்கை சார்ந்த வாழ்வியல் செய்திகளைச் சுமந்து வருகிற ஹைக்கூ கவிதைத் தொகுப்பு என்பதில் இத்தொகுப்பு மிகுந்த முக்கியத்துவம் பெறுகிறது.

வாழ்வோடு மல்லுக் கட்டியபடி தனக்கான புத்தக வாசிப்பை, எழுத்துப் பணியைத் தொடர்கிற கவிஞர் துளசிக்குள் தோண்டத் தோண்டச் சுரக்கிற கவிதை ஊற்றுகள் இன்னும் ஏராளமிருக்கின்றன. அதில், சில நெற்பதங்களே இத்தொகுப்பாகியுள்ளன.

கதிரறுத்து விட்டு வீடு வரும் பெண்களின் கைகளில் எப்போதும் ஒட்டிக் கிடக்கும் பச்சையத்தின் வாசமாய், கிடைக்குள் ஆடுகளை அடைத்துவிட்டு புழுக்கைகளை அள்ளிக் கொட்டிவிட்டு நிமிர்கையில் உச்சி மண்டையில் சுருக்கென ஏறும் புழுக்கை நெடியாய்... ஆழ்ந்து உள்வாங்கி ரசிக்க வேண்டியவை துளசியின் ஹைக்கூ கவிதைகள். தமிழ் ஹைக்கூ புதுப்பொலிவும், செறிவும் பெற இப்படியான இளைய கவிகளின் வரவை எப்போதும் கைகுலுக்கி வரவேற்பதில் முன்நிற்பதில் ஆனந்தமும், மன நிறைவும் கொள்கிறேன்.

எங்கள் ஹைக்கூ முன்னோடி அய்யா கவிப்பேரருவி ஈரோடு தமிழன்பன் அவர்களின் மனங்கனிந்த வாழ்த்துப் பூக்களோடு மலர்கிற இந்நூலை, தமிழ்க்கூறும் நல்லுலகம் படித்துப் பாராட்டும் என்கிற பலத்த எதிர்பார்ப்போடு, அன்புத் தம்பி கவிஞர் துளசிக்கு என் கவிதை முத்தங்களைப் பகிர்ந்து மகிழ்கின்றேன்.

04.08.2013 - மு. முருகேஷ்

....

அம்மையப்பட்டு,
வந்தவாசி - *604 408.*

யதார்த்தங்களின் பதிவுகள்

2013-இல் அகநி பதிப்பகத்தின் வெளியீடாக 'எலிக் குஞ்சுகளும் படிநெல்லும்' என்னும் தலைப்பில் வெளிவந்துள்ளது இந்நூல். கவிழ்ந்து பால்குடிக்கும் ஆட்டுக்குட்டி, அதனை மண்ணில் கை, கால் ஊன்றி துக்கத்தோடு பார்க்கும் சின்னக் குழந்தை, ஈய பாத்திரம் ஆகியவற்றை கொண்டு ஏழை விவசாயக் குடும்பத்தின் நிலைப்பாட்டினை நன்று அறிந்துகொள்ளலாம் அட்டைப் படத்திலேயே. நூலுக்குக் கவிப்பேரருவி ஈரோடு தமிழன்பனும் தம்பி முருகேஷும் வாழ்த்தும், கவிதை முத்தங்களையும் பகிர்ந்தளித்துள்ளனர்.

தாயின் பெயரைத் தன்பெயராக்கி மகிழும் சீனிவாசனை வாழ்த்துகின்றேன். 64 பக்கங்களில் 190 ஹைகூக்களை நூலாசிரியர் இடம்பெறச் செய்துள்ளார். உழவனுக்கும், தியாகிக்கும், தமிழீழ மக்களுக்கும் காணிக்கையாக்கியுள்ள கவிஞனின் உயர்ந்த உள்ளத்தை உள்ளபடியே பாராட்டுகின்றேன். இயற்பியலைப் பயின்று தற்போது காவல்துறையில் பணிபுரியும் கவிஞர் துளசியின் ஹைக்கூக்களில் விவசாயக் குடும்பங்களில் அவல வாழ்வைக் கண்டு கொள்ள முடிகிறது.

யதார்த்தம் : கவிஞர் துளசியின் ஹைக்கூக்களில் கிராமத்து மக்களின் இயல்பான வாழ்க்கையை காண நேர்கின்றது குருவிகளுக்குப் பயந்து பரணில் இருந்த டின்னில் இருக்கும் கண்திறக்காத எலி குஞ்சுகளை, தாய்நாய் குட்டிகள் ஈன வைக்கோல் போர் குடிசையாகிப் போனதை, ஆளில்லா நடவு வயலை, முறம் மொழுகும் அம்மாவை, நெல் தூற்றும் விவசாயியை படம் பிடித்துள்ள ஹைக்கூக்கள்.

"வைக்கோல் போர்
குடிசை ஆகிப்போனது
கண் திறக்காத நாய் குட்டிகள்."
"உயரத்தில் தேசியக்கொடி
காற்றின் திசை பார்க்கும்
நெல் தூற்றும் விவசாயி."   என்பனவாகும்.

மீன்களைப் பார்த்தவுடனேயே அம்மாவின் முந்தானை இறங்கிய இலாவகத்தை, அம்மாவின் சேலை கிழிந்துபோன நிலையிலும் குருவி விரட்ட உதவிய பயன்பாட்டை,

"கரும்போர நெற்பயிர்
குருவி விரட்டுகிறது
அம்மாவின் பழைய சேலை."

என்னும் கவிதையால் அறியலாம்.

கவிதை நூலை ஆராய்ந்தால் வாழ்வியலை உள்ளது உள்ளபடியே சொல்லும் உண்மை ஹைகூக்களே உயர்ந்தவை என்பது விளங்கும்.

சமூக அவலம் : என்னதான் நாகரீகம், பண்பாடு உலகில் மாறிவந்தபோதும் கிராமங்களிலும் குப்பங்களிலுல் கழிப்பறை ஏதுமின்றி இருட்டில் ஒதுங்கிய அவல நிலை உள்ளதை மறுக்க இயலாது அதனை.

"இருட்டில் ஒதுங்கிய
குப்பத்து பெண்கள்
விடியலே சற்று பொறு."   என்னும் ஹைக்கூ கூறுகின்றது.

இக் ஹைக்கூவிலும் கிராம குப்பத்துப் பெண்களின் அவல நிலையை எதார்த்தமாக கூறப்பட்டுள்ளதை அறியலாம்.

இயற்கை : இயற்கையை மனிதன் எவ்வளவுதான் அழித்தாலும் இயற்கையே தன்னை அழித்துக் கொண்டாலும் அது தன்னைதானே மீட்டுருவமாக்கிக்கொள்ளும் ஆற்றல் வாய்ந்தது. அது என்றும் அழிவதே இல்லை. இயற்கை தன்னைத் தானே அழகாக்கிடும் அழகிய நிகழ்வை தோட்டத்தில் பூக்களாய்ப் பூத்து அலையும் வண்ணத்துப்பூச்சியின் அழகை, அழகிய பட்டாம்பூச்சியை.

"அழகைப் படித்துக் கொள்கிறேன்
திறந்த பக்கங்களோடு
பட்டாம்பூச்சி."

என்ற ஹைக்கூவில் கண்டு களிக்கலாம்.

அழகியல்: இயற்கையென்றாலே அழகுதான். இயற்கை பல்வேறு நிலைகளில் இருந்து நம்மை பரவசப்படுத்துகிறது, மயக்குகிறது, நம்மை அழைக்கிறது. கை புனைந்தியற்றா கவின் பெறும் வனப்பை கவிஞர்.

“நீர்ப்பரப்பெங்கும்
தவளைகளின் நாட்டியம்
தூவும் தூறல்.” என்கின்றார்.

இயற்கையின் கருணை : இயற்கை மனிதர்கட்கு எல்லாவற்றையும் தந்துள்ளது. ஏழை குடிசைக்கு இலவச மின்சார விளக்காய் எரியும் நிலவு நிழல் மரங்களாய் குளிர்ச்சி, வையப் பயிர் வளர்க்கும் சூரியன், போன்ற பலவற்றை தந்து மக்களை மண்ணில் வாழ வைக்கிறது. இங்கும் ஏழை குடிசையைக் கொடிகள் வேய்ந்திருக்கும் நேர்த்தியை

“வைக்கோல் போடாத குடிசை
இறுகிப்போர்த்தியது
பூக்கும் கொடிகள்.” என்கின்றார் கவிஞர்.

உயிரிரக்கம் : ஜென் கோட்பாடுகளில் ஒன்று உயிரிரக்கச் சிந்தனை ஆறறிவு உயிர்களிடம் மட்டுமல்ல அஃறிணை உயிர்களிடமும் காட்டும் உயிர் நேயம் இவரது ஹைகூக்களில் காண நேர்கின்றது. நாய்க்கு சோறுபோடவேண்டும் என்பதற்காக வெளியூரில் தங்க மறுத்ததை பலமான புயற்காற்றில் வண்ணத்துப்பூச்சி என்னவானதோ என வருந்தும் கவி மனதை, நீர் போக்கில் இலைமேல் எறும்புகள் இருப்பிடத்துக்கு எப்படி போகுமோ என்று எறும்புக்காக வருந்தும் அவரது உயிரிரக்கச் சிந்தனையை கிளைகளில் குருவிக்கூடு இருப்பது கண்டு தழைகழிக்க விரும்பாததை கூறும் கவிஞரின் ஹைக்கூக்கள்.

“இங்கேயே தங்கி விடுவேன்
யார் சோறு போடுவது
வீட்டில் இருக்கும் நாய்.”

சூழல் : இன்று சுற்றுச்சூழல் பெரிதும் மாற்றமடைந்து வருகின்றது. மரங்களை வெட்டி, காடுகளை, வனங்களை அழித்ததால் ஓசோன் படலம் சிதிலமடைந்துவிட்டது. தூய காற்று வெப்ப காற்றாகி மக்களை சுட்டெரிக்கிறது. மழை மண்ணில் கால் வைக்க மறுக்கிறது. அதனால் நீர்நிலைகள் வறண்டு கிடக்கின்றன. நீர் ஓடிய ஆறுகளில் மணல்

மட்டுமே உள்ளது. அதனைச் சமூக விரோதிகள் வேண்டுமட்டும் அள்ளி பணம் சம்பாதிக்கின்றனர். இந்த அவல நிலையை கவிஞர் கூறியுள்ளதை,

"நீந்திய ஞாபகம் மறந்து
கிரிக்கெட் ஆடும் சிறுவர்கள்
வறண்ட கண்மாய்."

"யாரை புதைக்க
பெரிய பெரிய பள்ளங்கள்
மணல் திருட்டு." என்னும் ஹைகூக்களால் அறியலாம்.

இவை போல் நூலில் விவசாயி, குழந்தை, அம்மா, காந்தி, கொய்யா விற்கும் பாட்டி, ஆடோட்டும் கவிஞன், குழந்தை, ரேஷன் கடைக்காரர், இழவுக்கு வந்த சித்தப்பா, சிறுவன், சண்டைக்காரன், தங்கை, சிசு, அப்பா, பார்வையற்றவர், ஓட்டுநர், திருடன், பிச்சைக்காரர், ஆய்வக மாணவிகள், சிறுமி, தாத்தா, டீக்கடைக்காரர், ஐஸ் விற்கும் பெரியவர் ஆகிய ஆறறிவு உயிர்கள் ஹைக்கூக்களில் பாடுபொருள்களாக உள்ளதை அறியலாம்.

மேலும் கொக்குகள், குருவிகள், தும்பிகள், காகம், வண்ணத்துப்பூச்சி, ஆந்தை, பட்டாம்பூச்சிகள், கிளி, மின்மினி, கொசுக்கள் ஆகிய பறக்கும் உயிரினங்கள் ஹைக்கூக்களின் பாடுபொருள்களாக உள்ளன. மேலும் மீன் போன்ற நீந்துவன. நாய், நாய் குட்டிகள், மாடுகள் போன்ற சீறுவன. செடி, கொடிகள் ஆகியவை ஹைக்கூக்களுக்கு பாடுபொருள்களாக உள்ளன. 64 பக்கங்களில் இவ்வளவு பாடுபொருள்களை உள்ளடக்கி படிப்போர் மனம் நனைக்கும் மண் வாசனை ஹைக்கூக்கள் நூல் முழுதும் உள்ளன.

இவற்றை நூல் வாங்கி படித்து மகிழலாமே தனது வாழ்வில் கண்டறிந்த காட்சிகளை ஹைக்கூக்களாக்கிய கவிஞனின் திறனைக் கண்டு வாழ்த்துகிறேன். ஹைக்கூ வடிவம் இவருக்கு கைவரப் பெற்றிருப்பினும் இவற்றில் சில சென்றியூக்களும் இடம்பெற்றுள்ளன. நல்ல ஹைக்கூக்களை தந்த இளம் கவிஞனை மனமாற பாராட்டுகிறேன். வாழ்க! வளர்க! வெல்க!

- என்றென்றும் நேயமுடன்,
அம்மா மித்ரா

வாழ்க்கைக் கடலிலிருந்து வார்த்தைக் கரையோடு...

முருங்கைக்காய்களை ஒடிக்கச் சொல்லி கெஞ்சும் அம்மாக்களின் பேச்சைக் கேட்டு ஒடிக்கையில் ஒன்றிரண்டு சரடுகளும் பூக்களும் தப்பி உதிர்ந்து விழ, திட்டு வாங்காத கொம்பர்கள் யாருமிருக்க முடியாது. துவரஞ்சாலை நிழலில் மானாவாரி மணிலா பறிக்கும் பாட்டிக்கு கூழ் எடுத்துச் சென்ற வாளி நிறைய மணிலாவை யாருக்கும் தெரியாமல் பேரனிடம் கொடுத்தனுப்பும். சீறடி கொண்டு சேறு போட்ட வரப்புகளில் எடை குறைத்து நடவு நட நடை பயிலும் எங்கள் கிராமத்துத் தேவதைகள்.

தோட்டத்தில் மிகுந்த கவனிப்போடு வளர்க்கும் ஒற்றை வாழைக் கன்றின் மடல்களை காற்றை எதிர்பாராமல் கிழித்துவிடும் தாத்தா. உச்சி வெயிலில் பாட்டைகளின் முற்றத்தில் உதிரி சோற்றைச் சுற்றிப் போடுகிற பூசாரி. மண் அப்பிக் கிடக்கிற வண்ணப் பருக்கைகளை தூக்கிச் செல்லும் எறும்புகள். சித்திரை நஞ்சைத் தாளடியில் மடக்கப் படுகிற ஆட்டுக் கிடைகளில் வெள்ளாடு மடியில் பால் குடிக்கும் தாயிழந்த செம்மறிக் குட்டிகளில் மலர்ந்து கிடக்கிற தாய் சேய் உறவுகள்... என நீளும் நெகிழ வைக்கும் நிகழ்வுகள். இவ்வாறே மண்ணின் மனமும் மக்களின் மனமும் ஒன்று சேர்ந்து கிடக்கிற கிராமம்தான் வாழ்க்கைக் கடலிலிருந்து வார்த்தைக் கரையோடு என்னை உறவாடச் செய்கின்றன.

நெஞ்சை நனைத்த என் கிராம வாழ்வின் நிகழ்வுகளே இச்சிறிய உணர்வு இலக்கியத்தை படைக்கச் செய்தன. ஒவ்வொரு மூன்று வரிகளுக்குள்ளும் முற்றுப் பெறாத சுவடுகளும் சுவாரசியங்களும் ஏராளம்.

‘வருடா வருடம்
வைக்கப்போர் பறித்து
குட்டிகளை ஈன்று காக்கும்
தாய் நாயிடம்
எப்படிச் சொல்வேன்...
இந்த போகத்து வைக்கோல்களை
எருதுகளும் கறவைகளுமின்றி
விற்று விட்ட செய்தியை.’

எலிக்குஞ்சுகளும் படிநெல்லும்

இவ்வாறு கிராமிய வாசம் புதையுண்டு கிடக்கிற காட்சிகளை பதிக்கிற தருணங்கள் மனம் எல்லாவற்றையும் பெற்றுவிட்டதாய் ஆத்ம திருப்தி கொள்கிறது.

தமிழ்க் கவிதையின் சாதனைச் சிகரம், கனிந்த பேச்சின் வழியே என் போன்ற இளையவர்களை சேர்த்தணைத்து வளர்க்கும் கவிப்பேரருவி ஈரோடு தமிழன்பன் அவர்களின் வாழ்த்து மலரோடு இந்நூல் வருவதில் எனக்கு மட்டற்ற மகிழ்ச்சி. இந்நூலைப்பற்றி இனியதொரு ஆய்வுரை வழங்கிய பேரா.மித்ரா அம்மா அவர்களுக்கும் என் உணர்வுபூர்வமான நன்றிகள்.

தூரிகையைக் கொடுத்து அய்க்கூ ஓவியம் வரைய எனக்குள் ஈர்ப்பை ஏற்படுத்தி, முப்பொழுதும் புன்னகைத் தழுவிய முகமலர்ச்சியோடும், தாய்நேசத்தோடும் எழுத வைத்து அழகு பார்த்தவரும், இந்த புத்தகம் வெளிவர என்னிலும் அதிகமாய் அக்கறையுடன் ஆர்வமூட்டிய அண்ணன் கவிஞர் மு.முருகேஷ் அவர்களுக்கும் நன்றி.

சென்ற பதிப்பில் வந்த இந்நூலைப்பற்றி விமர்சனம் செய்த அத்துனை அன்பான உள்ளங்களுக்கும் என் பிரியமான நன்றிகள். முதல் பதிப்பாக வெளிவந்த இந்நூலினை நூலகத்திற்கு தேர்வு செய்த நூலகக் குழுவிற்கும், இந்நூலை படித்து பாராட்டிய அத்துனை நல் உள்ளங்களுக்கும் என் மனமார்ந்த நன்றிகள். இந்நூல் மீண்டும் அகநி பதிபகத்தின் வழியே இரண்டாம் பதிப்பாக வெளிவருவதில் மிக்க மகிழ்ச்சி. இந்நூலினை வாசித்துக்கொண்டிருக்கும் தங்களுக்கு அன்பின் கணிந்த நன்றிகள்.

என்னை இந்த மண்ணில் தவழவிட்ட பாசமான பெற்றோர்கள் மு.சின்னய்யா, கி.துளசியம்மாள் இருவரின் அன்பும் என்னை என்றும் வழி நடத்தும்.

அடிமுனைத் தெரியா இவ்வாழ்வின் சின்னஞ்சிறிய தழும்புகளிவை. தங்களின் உணர்வுகளின் பிழம்பில்தான் நிறைவுபெறும் இந்நூல் என்கிற நம்பிக்கையுடன் நான்...

- செழுந்தமிழுடன்
துளசி
25.07.2013

குளக்கரைத் தெரு, ஸ்ரீ ரங்கராஜபுரம்,
நெல்லியாங்குளம் அஞ்சல்,
வந்தவாசி வட்டம்-604 405
செல் : 87549 21751

ஆளில்லா நடவு வயல்
வேலை பார்த்தன
கொக்குகள்.

பல்லாண்டு அனுபவம்
பணி நிரந்தரமில்லை
விவசாயி.

பட்டுப்போன மரம்
பசுமைக் காட்சி
பற்றித் தழுவும் கொடிகள்.

உன்னில் வாழ ஆசை
வரவேற்பாயா
செவ்வாயே.

ஓயவில்லை வேலைகள்
ஓய்வெடுத்தது
வயிறு.

பக்கத்தில் சண்டைக்காரர் வீடு
அறுபடாத உறவு
கேபிள் ஒயர்.

நட்பின் ஆழம் சொன்னது
நீரை விட்டுப் பிரிந்ததும்
இறந்த மீன்.

இறங்கும் வரை தூக்கமா
விழித்தபின் இறக்கமா
பேருந்துப் பயணம்.

உயரத்தில் தேசியக்கொடி
காற்றின் திசை பார்க்கும்
நெல் தூற்றும் விவசாயி.

திடீரென பஞ்சர்
தள்ளிக் கொண்டே நடந்தேன்
எதிர்வீட்டுக்காரர் சைக்கிள்.

அறுவடை முடிந்தும்
வீடு திரும்பவில்லை
வயற்காட்டுப் பொம்மை.

பூ உதிர்கிறது
வருந்தவில்லை செடி
அமர்ந்தது பட்டாம்பூச்சி.

தெய்வம் சனியானது
அழுகின்ற சமயங்களில்
குழந்தை.

வளையல் ஓசையில் கிழிபடும்
படித்த காகிதங்கள்
முறமொழுகும் அம்மா.

நின்ற கணத்திலேயே தொடர்கிறது
இருட்டின் புலம்பல்
திடீர் மின்வெட்டு.

ஏறியது இறங்கவேயில்லை
விலைவாசியும்
மகளின் வயதும்.

குழந்தையின் கையில் பலூன்
எப்பொழுது விடுதலையாகும்
காற்று.

கையில் செல்லாத நோட்டு
தவிக்கிறேன்
சிரிக்கிறார் காந்தி.

நீண்ட இடைவெளிக்குப் பின்
சந்தித்ததில் பெருமகிழ்ச்சி
மண்ணில் மழை.

நண்பர்கள் சேர்ந்தே இழுக்கிறார்கள்
உழவனின் வாழ்க்கை
ஏர்.

வலை விரித்து தவம்
வயிற்றின் தேடல்
சிலந்தி, மீனவன்.

இருட்டில் ஒதுங்கிய
குப்பத்துப் பெண்கள்
விடியலே சற்றுப் பொறு.

பள்ளி இடைவேளை
துளிர் விடும் வாழ்க்கை
கொய்யா விற்கும் பாட்டி.

அப்பாவிற்குப் போனது
எனது விடுமுறை
ஆடோட்டும் நான்.

நாற்றங்காலில்
மேகங்களின் பிம்பம்
எதிர்பார்ப்போடு விழும் விதைகள்.

ஏங்கிக் கிடக்கிறாள் தாய்
பெண் வாரிசுக்காக
கர்ப்பிணிப் பசு.

இருப்பிடம் எப்படித் திரும்புமோ
நீரின் போக்கில்
இலைமேல் எறும்புகள்.

ஏழரை ஆரம்பம்
எச்சரிக்கை விடுக்கிறது
சிறைக் கிளி.

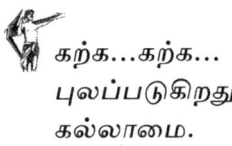 கற்க...கற்க...
புலப்படுகிறது
கல்லாமை.

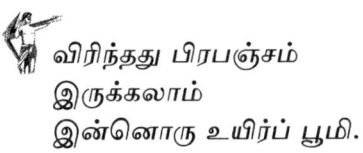 வகுப்பறை
கரும்பலகை
நீ வராத இன்று.

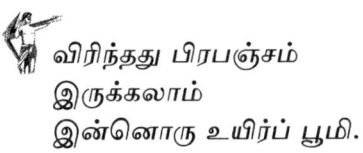 விரிந்தது பிரபஞ்சம்
இருக்கலாம்
இன்னொரு உயிர்ப் பூமி.

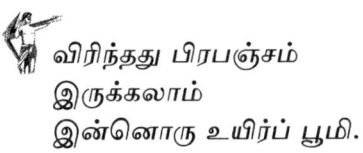 தொங்கும் கிராமம்
ஈச்சமரத்தில்
குருவிக் கூடுகள்.

ஸ்ரீ ரங்கராஜபுரம் துளசி

மீளா வறுமை
ஆடம்பரத்திற்கு குறைவில்லா
விழாக்கள்.

கள் கொடுத்ததற்காக
வானம் கொடுத்த தண்டனையோ
இடி விழுந்த பனை.

இறகு சிறைபட்டதும்
சிறகு முளைத்தது
தும்பிப் பிடித்த குழந்தை.

படிக்கும் குழந்தை
கைக்குழந்தையாகி விடுகிறது
பேருந்தில் தாய்.

திருத்தும் மூளை
மின் எடைப்பெட்டி
ரேசன் கடைக்காரர்.

நீர்ப்பரப்பெங்கும்
திவலைகளின் நாட்டியம்
தூவும் தூறல்.

கவரில் மாலை
ஏமாந்தது குழந்தை
இழவுக்கு வந்த சித்தப்பா.

நிழல்
நிஜமாகிறது
நீரில் சூரியன்.

ஸ்ரீ ரங்கராஜபுரம் துளசி

இருளில் சூரியன்
சிறைபட்டுக் கிடக்கிறது
திறக்காத நூலகம்.

மழலையின் அழுகை
இரசிக்கக் கூடியது கூட்டம்
காதணி விழா.

குமரிகள்
சுதந்திரமாய் ஆடுகிறார்கள்
நொண்டி, நொண்டி.

திரும்பாமல் செல்
கேட்டுக் கேட்டுப் புன்னகைக்கிறது
சுடுகாடு.

என்னே தைரியம்...
காளைக் கொம்பின் மேல்
காகம்.

வைக்கோல் போடாத குடிசை
இறுகிப் போர்த்தியது
பூக்கும் கொடிகள்.

விடாத மழை
செய்தி கேட்கும் சிறுவன்
தொடருமா விடுமுறை.

உச்சி வெயில்
துள்ளும் மீன்கள்
இறங்கியது அம்மாவின் முந்தானை.

ஸ்ரீ ரங்கராஜபுரம் துளசி

 பலமான புயற்காற்று
என்னவானதோ
வண்ணத்துப்பூச்சி.

 அழுகிய பழம்
தூக்கியெறிந்த இடத்தில்
புதிய தளிர்.

 வளர்ச்சியில் முன்னேற்றம்
பேரூராட்சி நகராட்சியாய்
குவியும் குப்பைகள்.

 தானே புயல்
மறுநாள்
வழக்கம்போலவே காக்கைகள்.

அருவி மெல்லக் குறைகிறது
ஆதிக்கத்தில் சலசலக்கிறது
சாக்கடை ஊழல்.

கரும்போர நெற்பயிர்
குருவி விரட்டுகிறது
அம்மாவின் பழைய சேலை.

அப்பாவின் சட்டைப் பை
குப்பைகளை வெளியேற்றியது
கைப்பேசி.

தீர்வு காணும் கடவுள்
சென்று திரும்பும் பக்தர்கள்
நூலகம்.

இளைப்பாற விடாத முதலாளி
ஓய்வு கொடுத்தது
அடித்துப் பெய்யும் மழை.

ஜொலிக்கிறான்
சூரியன்
சிறுவனின் கண்ணீர்த்துளியில்.

தீபமேற்றுகிறது குழந்தை
வேறு திசை பார்
காற்றே.

கடவுள் மேல் பாரம்போட்டு
தைரியமாய் இறங்கினான்
உண்டியல் உடைக்க.

விழித்திருக்கும் பொழுதே
குறட்டை விடுகின்றன
தவளைகள்.

தினந்தோறும் நாய்
அவ்வப்போது ஏமாறும் தாய்
பிளாட்பாரக் குடிசை.

அப்பாவின் கிழிந்த சட்டை
மாட்டிக் கொண்டது
வயற்காட்டுப் பொம்மை.

பகல்பொழுது
எந்த விளக்கில் தேடும்
ஆந்தை.

பின்னிய வலை
தாங்கிக் கொண்டிருக்கிறது
இறந்த சிலந்தி.

சுறுசுறுப்பாக வேலையை
முடிக்க வைத்து விடுகிறது
கார்த்திகை வானம்.

எப்படித் தழைக் கழிப்பது..?
எல்லாக் கிளைகளிலும்
குருவிக் கூடு.

விளையாடும் குழந்தை
கண்ணாடியில் பிரதிபலித்தது
வீட்டிற்குள் சூரியன்.

தள்ளாடும் நடை
உறுதியானது மனம்
அறுந்தது செருப்பு.

அம்மாவிடம் அடி
அழுதது குழந்தை
வெடித்தது பலூன்.

பறவையின் எச்சத்தில்
தளிர் விடாத பூமி
அழிந்தது வனம்.

வெள்ளையடித்த சுவர்
பொங்கல் முடிந்தது
புதிய வீடு கட்டின சிலந்திகள்.

கூரியக் கொம்புகள்
பணிகிறது காளை
குழந்தைக்கு.

பசியை அணைக்க
கண்ணீர் அருவி
அடுப்பூதும் அம்மா.

பொம்மைகள்
தூக்கிச்செல்லும் குழந்தைகள்
விற்பனைக்கு.

நகரைச் சுற்றிப் பார்த்தபடியே
வண்டியில் செல்கின்றன
எருதுகள்.

கடைசிச் சோற்றுருண்டை
சங்கடத்தோடு உள்தள்ளினேன்
மூன்றிலொன்று பலமிழந்த நாய்.

தோட்டத்தில் பூக்கள்
மனம் நிறைய வந்தன
பட்டாம்பூச்சிகள்.

வேகமாய் சென்றவன்
அதைவிட அவசரமாய்...
ஆம்புலன்சில்.

வறண்ட குன்றிலிருந்து
அருவிக் கொட்டுகிறது
மழை.

இரை தேட கடக்கையில்
விபத்து
மற்றவைகள் புசித்தன.

தயாரானாள்
முதிர்கன்னி
தங்கையின் மணமுடிக்க.

குடித்த அப்பா
அடிவாங்கும் அம்மா
முற்றாதத் தொடர்.

தீபாவளி
புகையால் கலங்குகிறது
வளி.

சிரித்தாடும் பொம்மைகள்
வியந்து பார்க்கிறது
குழந்தை.

புத்தாடையில் கடை பொம்மை
மாட்டிவிடும் சிறுமியின்
ஆடையில் கிழிசல்.

சில்லரை பாக்கிகளைப்
பிணைத்து விடுகிறார் நடத்துனர்
சண்டைக்காரர்களிடம்.

பச்சைக் கிளி வாழ
வசதியாகிப் போனது
இடி விழுந்த பனை.

விளக்கின் வெளிச்சம்
படித்தப் புத்தகங்களில்
சில கொசுக்களின் மரணம்.

திடீர் மழை
நனைந்தே வந்தேன்
அருகில் சண்டைக்காரன் வீடு.

உடைந்தும்
சிரிக்கிறது பொம்மை
அழுகிறது குழந்தை.

அமைதியாய் நூலகம்
சத்தம் போடுகின்றன
கொலுசுகள்.

நீண்ட சுவர்
குட்டியாய் விளம்பரம்
"விளம்பரம் செய்யாதீர்..."

இங்கேயே தங்கி விடுவேன்
யார் சோறு போடுவது..?
வீட்டிலிருக்கும் நாய்.

இருக்க இடம் வேண்டி
கடவுள் வருகிறார்
குழந்தைகள் நிறைந்த வீடு.

அதிகாலை நடை
உள்ளங்கால்களை அலசிவிட்டன
புல்லின் பனித்துளி.

புகைப்போட்டு வலைகளறிந்தேன்
அகப்பட்டன
எலிக்குஞ்சுகளும் படிநெல்லும்.

இந்தியப் பெருங்கடல்
சிவக்கிறதே
கலக்கிறதோ ஈழ இரத்தங்கள்.

நீ பார்த்தால்
நான் பார்ப்பேன்
நெடுஞ்சாலை ஸ்டிக்கர்கள்.

கூடாரமின்றி தோட்டக்காரன்
வயல்வெளியெங்கும்
திராட்சை பந்தல்கள்.

ஸ்ரீ ரங்கராஜபுரம் துளசி

ஆட்டிற்குத் தழை வெட்டி
நானும் தின்றேன்
கொடிகலிச் சுளை.

எஞ்சிய தானியங்கள்
கிளிக் கூண்டுக்கருகில்
விரைந்தன அணிலும் குருவியும்.

மரத்தில் கிளி
கனியென நினைத்தேன்
அதனலகு.

சுதந்திரம்
வெட்டப்படுகிறது
பூங்காச் செடிகள்.

தினந்தோறும்
நீருக்காய் ஏங்கிக் கிடக்கின்றன
தொட்டிச் செடிகள்.

புலனுறுப்புகளைக்
குத்தகைக்கு எடுத்துக் கொண்டது
கைப்பேசி.

பயமுறுத்தும் நரி ஊளை
ஆறுதல் தருகிறது
மின்மினி.

எரிகிறது
சூளை
மண் மரணம்.

பூக்களின் இறுதி ஊர்வலம்
அலங்கரிக்கிறதோ
உன் கூந்தல்.

ஸ்ரீ ரங்கராஜபுரம் துளசி

நடவுப் பெண்ணொருத்தி
கூலிப் பிரிக்கச் சொல்கிறாள்
படிக்காத கணக்குப் பாடம்.

குருவி விரட்ட
பரணிலிருந்து எடுத்த டின்
கண் திறக்காத எலிக்குஞ்சுகள்.

கூரையைப் பிரித்து
உள்ளே எட்டிப் பார்க்கிறது
பூசணி.

தைரியமாய்
கூடு கட்டியது குளவி
புகார்ப்பெட்டி.

பாரம் இறக்கி வைக்கிறது
அவசரங்களில்
சகிக்க முடியாத கழிவறை.

சேறு போட்ட வரப்பு
முனையில் முள்மண்டை
நடந்தன கொக்குகள்.

அழகைப் படித்துக் கொள்கிறேன்
திறந்த பக்கங்களோடு
பட்டாம்பூச்சி.

இருவர் சேர்க்கை
ஒருவருக்குத் தண்டனை
புதரில் சிசு.

அதிர்வலை
குதித்து குதித்து ஓடுகிறது
தத்திக்கல் தவளை.

மணிலாக் கொல்லை
தூக்கில் தொங்கவிடப்பட்ட இனம்
ஆர்ப்பாட்டம் செய்யும் காக்கைகள்.

நிழல்கள்
திசைத் திரும்பவேயில்லை
அருகில் நியான் விளக்கு.

வீட்டிற்குள் கரும்பு தின்றவனை
வெளியேற்றும் அம்மா
எறும்பு பயம்.

அலங்காரத்துடன்
ஊர்வலம் செல்கின்றன இயந்திரங்கள்
மாட்டுப் பொங்கல்.

ஆசையாய் வாங்கிக் கொடுத்தார்
மகனுக்குக் கைப்பேசி
செவிட்டு அப்பா.

இன்னல்கள் ஏராளம்
பொறுமையைக் கையாள்கின்றன
நகரத்து மாடுகள்.

தினந்தினம்
ஏறி இறங்குகிறது அய்க்கூ
தேசியக் கொடி.

மோதி மோதித் திரும்புகிறது
உயிரற்றப் பறவை
இறகுப் பந்து.

அவரவர் விதி
எழுதி முடிக்கிறது
வகுப்பறை.

ஸ்ரீ ரங்கராஜபுரம் துளசி

மீண்டும் மீண்டும் பார்த்து
ஏமாந்து போனேன்
ஓடாத கடிகாரம்.

இரவு மின்நிறுத்தம்
ஞாபகத்திற்கு வந்துவிடுகிறார்
பார்வையற்றவர்

மிரட்டுகிற அப்பா
சுலபமாய் பயந்துவிடுகிறார்
கல்விச் செலவுகள்.

பூவின் மடல்
செருப்பானது மழலைக்கு
வாழைப்பூ ஆயும் அம்மா.

சிதறிய கல்யாணப் பூசணி
சில்லறையைத் தேடும் குழந்தை
காத்துக் கிடக்கும் பெட்டிக்கடை.

மென்காற்று
சூறாவளி ஞாபகம்
சவுக்குத் தோப்பு.

கதிரவன் எழ எழ
நிமிர்கிறோம்
உப்பளத் தொழில்.

மகளின் கூந்தலில்
மணம் வீசுகிறது
கருவாடு விற்ற காசு.

மூச்சுவிட்ட இயந்திரம்
பாகங்கள் சேகரிக்கின்றான்
பிணவறையில்.

எல்லோர் விழிகளிலும்
பதிந்துக் கிடக்கிறது
புகைப்படக்காரனின் முகம்.

புதிய எண்
ஆவலாய் எடுத்தேன்
கஸ்டமர் கால்.

நிழல் கூட
துணைக்கு வரவில்லை
அடர் இருட்டு.

இரவு நேரப் பயணம்
போகிற வழியில் வீடு
நிறுத்தாத ஓட்டுனர்.

வைக்கோல் போர்
குடிசையாகிப் போனது
கண் திறக்கா நாய்க்குட்டிகள்.

விழி சிரித்து மனம் அழ
ஆண்டுதோறும் விடைபெறும்
வகுப்பறை நட்புகள்.

காலி கல்லா
பார்க்கும் கடைக்காரர்
பிச்சைக்காரர் தட்டில் சில்லறைகள்.

கம்மலின் நாட்டியம்
இசையமைக்கிறது
கால்க் கொலுசு.

சூரியன் நிலவு தேனிரவு
எல்லோரும் தலைகுளிக்க
கிரகணம்.

ஸ்ரீ ரங்கராஜபுரம் துளசி

ஏதுமில்லாத தாத்தா
பொறுப்பாய் வாங்கித் தந்தார்கள்
ஓட்டு அட்டை.

நாட்காட்டியைப் புரட்டினேன்
திருவிழா வந்தது
விலகும் நாட்களில்.

வளர்த்த வாழை
எட்டிப் பார்த்தது குலை
பணிமாற்றம்.

நிலநடுக்கப் பிளவுகள்
பூமி பார்க்க ஆசை
முளைக்கும் விதைகள்.

நடவு நட்டுச் சென்றாய்
விளைச்சலாகும்வரை இரசிக்கும்
வயற்காட்டுப் பொம்மை.

ஆரோக்கியமான உயிர்கள்
போஸ்ட்மார்ட்டம் முடித்தார்கள்
அறிவியல் ஆய்வக மாணவிகள்.

தாலாட்டுகிறது
தென்றல்
வாழை மடலில் கிளி.

தரையைத் துழாவுகிறான்
ஏக்கத்தோடு சிறுவன்
மரம் நிறைய கனிகள்.

குழியில் விழ
இவ்வளவு ஆசையா
கோலி ஆடும் சிறுவன்.

வண்டி நிறைய தேவதைகள்
அழைத்துச் செல்கிறார்
மகளிர் கல்லூரி ஓட்டுனர்.

வட்டமிட்ட மின்மினிகள்
உதிர்ந்து விழுகின்றன
மாலி சுற்றும் சிறுமி.

புத்தாடையில் எல்லோரையும்
அழகு பார்த்து விடுகின்றன
பண்டிகைகள்.

விலகி நின்று
கண்ணீர் வடிக்கிறது சமூகம்
விபத்தில் துடிக்கும் உயிர்.

நாற்றங்கால் உழுதேன்
அருகில்
கூடு கட்டத் துவங்கின குருவிகள்.

வெடித்துக் கிடக்கும்
பருத்திகளைப் பறிக்கிறார்
கோவணத்தோடு தாத்தா.

வீடு திரும்பவேயில்லை
மீன் பிடிக்கச் சென்ற அப்பா
காத்திருக்கும் சிறுவன்.

கொள்ளை போன வீடு
தேடுகிறார்கள்
திருடனின் முகவரி.

மகாபாரதத்தின் கடைசி பாகம்
தேடிக் கொண்டிருக்கிறார் தாத்தா
வலைதளத்தில்.

ஸ்ரீ ரங்கராஜபுரம் துளசி

வெடிச் சத்தம்
சிதறும் வெள்ளைக் காகிதங்கள்
கொக்குகள்.

குளத்தில் குளிக்கையில்
உடலெங்கும் கூச்சம்
கடிக்கும் மீன்கள்.

ஷூ மாட்டிய குழந்தை
முதுகில் அமர்ந்தது
வெறுங்காலோடு நடக்கும் தாத்தா.

உற்றுப் பார்க்கின்றன
புலப்படாத நிலாக்கள்
செயற்கை கோள்கள்.

மூட்டைப் பிடிக்கையில்
திட்டும் அப்பா
கோணியைக் கந்தலாக்கிய எலிகள்.

தெருவிளக்கின் நிழல்
விழுந்துக் கிடக்கிறது
நிலவின் ஒளியில்.

தூய நீர்
குடிக்கிறான் சூரியன்
கடலிலெழும் கானல்நீர்.

ஓட்டை பூமிக் குடிசை
பாதிக்கப்படுகிறேன்
கதிர் மழை.

விரட்டும் வீட்டுக்காரர்
பாம்பிற்குப் பயந்து
உள்நுழையும் தவளை.

மறைப்பில் நடிகை
ஆடை அணிகிறாள்
அவிழ்த்து ஆட.

யாரைப் புதைக்க
பெரிய பெரிய பள்ளங்கள்
மணல் திருட்டு.

துளைத்தது
வண்டு
கள்ளிச் செடி.

தொங்கிக் கிடக்கும் என்னிதயம்
ஆட்டிவிட்டு அலைவு நேரம் பார்க்கிறாய்
இயற்பியல் ஆய்வுக் கூடம்.

காற்றைச் சிறைப்படுத்தி
துள்ளுகிறது குழந்தை
பலூன்.

மிதமான இருள்
உற்றுப் பார்த்துக் கொண்டோம்
ஆந்தையும் நானும்.

உழைப்பைச் சுரண்டிய முதலாளி
உறங்கும் உழவன்
உறிஞ்சும் கொசுக்கள்.

அப்பாவிப் பறவைகள்
வாழ்வை முடித்து விழுகிறது
என்ன தண்டனைக் குருவிக்காரனுக்கு.

தொலைந்து போன குதிரை
கடற்கரை முழுதும் தேடுகிறான்
அதன் குளம்புகளை.

ஸ்ரீ ரங்கராஜபுரம் துளசி

வெகுவாகக் குறைந்துவிட்டன
பறவை ஊர்வலம்
செல்பேசிக் கோபுரம்.

பிழைக்கப் போனான் மாநகர்
வசதிப் பெருக்கிக் கொண்டான்
வீட்டு உரிமையாளன்.

தாலிக்குக் குனிந்தாள்
நிமிரவேயில்லை
அடுப்பங்கரையில் கனவு.

நீந்திய ஞாபகம் மறந்து
கிரிக்கெட் ஆடும் சிறுவர்கள்
வறண்ட கண்மாய்.

கரி தங்கமாகிறது
பிழைக்கிறார்
டீக்கடைக்காரர்.

கார்காலம் துவங்கியது
குடை சீர் செய்கிறார்
ஐஸ்விற்கும் பெரியவர்.

சொத்துக்கள் ஏராளம்
அடங்கிக் கிடக்கிறது
தாத்தாவின் கட்டைவிரலில்.

கோவிலுக்கு போனவர்கள்
திரும்புகையில் விபத்து
வீடு வந்தார்கள் பிணமாக.

வருடம் மரணம்
குடைந்தது துக்கம்
பிறந்த தினம்.

ஸ்ரீ ரங்கராஜபுரம் துளசி

ஸ்ரீ ரங்கராஜபுரம் துளசி என்றொரு இளைஞர். கவிஞரும்கூட. அவரது கவிதைத் தொகுப்பு எலிக்குஞ்சுகளும் படி நெல்லும். தன்னுரையில் அவர் எழுதியிருக்கும் கவிதை, மேற்கொண்டு அவரது ஹைக்கூக் கவிதைகளை ரசிக்க மனமில்லாமல் செய்துவிட்டது.

வருடா வருடம்
வைக்கப்போர் பறித்து
குட்டிகளை ஈன்று காக்கும்
தாய் நாயிடம்
எப்படிச் சொல்வேன்...
இந்த போகத்து வைக்கோல்களை
எருதுகளும் கறவைகளுமின்றி
விற்றுவிட்ட செய்தியை!

- தினமணி கலா ரசிகன்

....

இது, ஹைக்கூ வடிவிலான கவிதைகளின் தொகுப்பு. அணிந்துரையில் கவிஞர் ஈரோடு தமிழன்பன் குறிப்பிடுவதுபோல், இந்த கவிதைகள் 'களிப்பூட்டுகின்றன; கலவரப்படுத்துகின்றன'. நூலில் இருந்து சில கவித்துளிகள்: 'என்னே தைரியம்.../ காளைக் கொம்பின்மேல்/காகம்'; 'இருவர் சேர்க்கை/ஒருவருக்குத் தண்டனை/புதரில் சிசு'; 'தோட்டத்தில் பூக்கள் மனம் நிறைய பறந்தன/பட்டாம்பூச்சிகள்'.

- தினமலர்

....

நாம் திரும்ப திரும்ப பார்த்து ரசித்து ருசிக்க ஏற்ற நூல்.

- தங்க மங்கை

சுதந்திரம் / வெட்டப்படுகிறது / பூங்காச் செடிகள் / எரிகிறது / சூளை / மண் மரணம்.

இம்மண்ணின் நாடித்துடிப்பை அறிய இந்தக் கவிதைகளே போதும். வார்த்தைகளை ஜாலமாக்கி, ரசனைக்காக சில சொற்களைக் கோர்த்து கவிதையாக்கும் இந்தக் காலத்தில், மண்ணின் மணத்தை நுகரவைத்து, மக்களின் மனதை அறியச் செய்யும் ஹைக்கூக்களை, வாசிப்பு மனங்களில் ஆணியடித்து தொங்கவிட்டுப் போகிறார் துளசி. சில ஹைக்கூ பாணி, சில சென்ரியூ என்று சொன்னாலும் அத்தனையிலும் கவிஞர் வரைந்து போகும் மண்தோய்ந்த சித்திரங்கள் நம் மனதை விட்டு அகலாதவை. புகைப்போட்டு வலைகளறிந்தேன் அகப்பட்டன, எலிக்குஞ்சுகளும் படி நெல்லும் இந்த படிமத்தின் படிநெல் அடுத்த நாற்றுக்கான விதையாய் நம்முன் காட்சிப்படுகிறது.

-குமுதம்

....

இவரது ஹைக்கூக்கள் எளிமையாக விரைந்து உவந்து படிக்கும் வண்ணம் கிச்சுகிச்சு மூட்டுகின்றன.

- பொதிகைமின்னல்

....

பல்லாண்டு அனுபவம் / பணி நிறந்தரமில்லை / விவசாயி. செருப்பால் அடித்ததைப்போல இருக்கிறது நமது ஆளும் அரசுகளின் திட்டங்களை, இந்தியா என்கிற அற்புதமான விவசாய நாட்டின் விலைநிலங்களை பாலைவனமாக்கியும், அந்த பாலைவனத்தின் விவசாயிகளின் சமாதிகளை உருவாக்கியும் வருகிற நமது பொருளற்ற பொருளாதாரக் கொள்கைகளை மூன்றே வரிகளில் காரி உமிழ்ந்திருக்கிறார் துளசி.

- சௌந்திரசுகன்